pomme

táo

banane

chuối

poire

lê

cerise

anh đào

citron vert

chanh

citron

chanh

coing

mộc qua

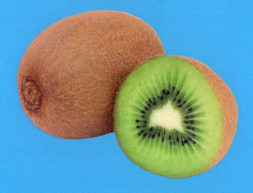

kiwi

kiwi

raisins

nho

pastèque

dưa hấu

orange

cam

clémentine

quýt

fraise

dâu tây

framboise

mâm xôi

canneberge
nam việt quất

myrtille
việt quất xanh

groseille
lý chua

mûre
dâu đen

jus

nước vắt

confiture

mứt

tartine

bánh mì nướng

pamplemousse

bưởi

melon

dưa lưới

pomelo

bưởi

kumquat

quất

mirabelle

mận mirabelle

pêche

đào

abricot

mơ

prune

mận

ananas

dứa

grenade

lựu

olive

ô liu

figue

sung

date

chà là

avocat

bơ

litchi

vải thiều

kaki

quả hồng

carambole

khế

mangue

xoài

ramboutan

chôm chôm

longane

nhãn

langsat

bòn bon

mangoustan

măng cụt

jacquier

mít

sapotille

hồng xiêm

goyave

ổi

jujube

táo tàu

durian

sầu riêng

corossol

mãng cầu xiêm

papaye

đu đủ

fruit du dragon

thanh long

noix de coco

dừa

cacao

ca cao

chocolat

sô cô la

pomme de terre

khoai tây

maïs

ngô

patate douce

khoai lang

citrouille

bí ngô

butternut

bí đỏ

manioc

sắn

carotte

cà rốt

tomate

cà chua

champignon

nấm

brocoli

bông cải xanh

asperges

măng tây

artichaut

atisô

concombre

dưa chuột

épinard

rau chân vịt

chou-fleur

bông cải trắng

courgette

bí ngòi

salade

xà lách

chou

cải bắp

aubergine

cà tím

navet

cây củ cải

radis

củ cải

betterave

củ cải đường

rhubarbe

đại hoàng

chou de Bruxelles

cải bi xen

poireau

tỏi tây

menthe

bạc hà

céleri-rave

củ cần tây

endive

rau diếp quăn

céleri

cần tây

petits pois

đậu hà lan

pois chiches

đậu gà

haricot vert
đậu xanh

haricot rouge
đậu đỏ

haricot mungo
đậu xanh

fenouil

thì là

panais

củ cải vàng

poivron

ớt chuông

piment

ớt

poivre

hồ tiêu

oignon

hành tây

ail

tỏi

gingembre

gừng

noix de macadamia

mắc ca

noix de pécan

hồ đào

noix de cajou

hạt điều

noisettes

hạt phỉ

amande

hạnh nhân

pistache

dẻ cười

cacahuète

đậu phộng

châtaigne

hạt dẻ

noix

quả óc chó

Printed in France by Amazon
Brétigny-sur-Orge, FR